சுய வரம்

கிருத்திகா புகழேந்தி

aelay
publish

சுய வரம்

கவிதை

ஆசிரியர் : கிருத்திகா புகழேந்தி ©

முதல் பதிப்பு : நவம்பர் 2022

வெளியீடு : ஏலே பதிப்பகம்

5/175, பாத்திமா நகர், கூத்தென்குழி,

திருநெல்வேலி - 627104

தொடர்புக்கு : +91 9944992571

Suya Varam

Poetry

All rights reserved

by Kiruthika Pugalaendhi ©

First Edition : November 2022

Pages: 96

ISBN : 978-93-5533-532-6

Aelay Publish

Contact : +91 9944992571

Designed by : Aelay publish team

முன்னுரை

எண்ணங்கள் ஊற்றெடுக்கும் இந்த மனதில்தான் எத்தனை உணர்வுகள் தோன்றிக்கொண்டே இருக்கிறது தினமும். வானத்தில் நட்சத்திரங்களை மட்டுமல்ல மனதில் தோன்றும் எண்ணங்களையும் எண்ணிக் கையில் சொல்லிவிட முடியாது. அப்படி சொல்ல எத்தனித்தால் நாம் எண்ணி எண்ணியே சோர்ந்து போய்விடுவோம்.

எண்ணங்கள் பலவிதம். அது தரும் உணர்வுகளோ ஒவ்வொன்றும் ஒருவிதம். மனம் சோர்ந்திருக்கும் வேளையில் சிறிய நம்பிக்கை தருகிற தெம்பு, காதலின் அதீத அன்பு , பிரிவுகளில் வருகின்ற விவரிக்கமுடியா தவிப்பு , காரணம் சொல்ல இயலாத நேரத்தில் காட்டிக்கொடுத்துவிடும் கண்ணீர், ஏங்கித்தவிக்க வைக்கும் சில நினைவுகள், கனவுகளின் ஊர்வலத்தில் இரவின் இனிமை , இயற்கையின் வனப்புகள் , சமூகத்தின் மீதான பார்வை என பல்வேறு உணர்வுகளும் நம் அனைவருக்கும் உண்டு. அப்படிப்பட்ட அனுபவங்களின் சிறு பகுதியாக இந்த சுயவரம் கவிதை தொகுப்பு கட்டாயம் இருக்கும்.

சுயம்வரம் கேள்விப்பட்டிருப்பீர்கள் அது என்ன சுய வரம் என்று நீங்கள் கேட்கக்கூடும். வரம் என்றதும் கடவுளிடம் கேட்பது அல்லது நமக்கு ஏதோ ஒரு சக்தியால் கொடுக்கப்படுவது என்றே நமக்கு தோன்றும். ஆனால் சுயவரம் என்பது நமக்கு நாமே சுயமாக கொடுக்க கூடிய வாழ்வின் வரங்களை விவரிக்கும். சுயமாக கொடுக்கும் வரமே சுயவரம் என்ற தலைப்பாகிவிட்டது.

சூரியனின் கிரணங்கள் தருகின்ற வெளிச்சம் மட்டுமல்ல இருட்டில் தவிக்கிற நேரத்தில் ஒரு சிறிய தீபத்தின் ஒளியும் மிகப்பெரியதே. எனது கவிதைகளும் ஒரு சில இதயங்களுக்குள் ஒரு தீபத்தின் ஒளியாய் ஒளிரக்கூடுமாயின் அதுவே இந்த புத்தகத்தின் வெற்றி.

வாசிக்கும் அனைவரும் கவிதைகளை நேசிப்பீர்கள் என்ற நம்பிக்கையில்....

இதோ சுயவரம் உங்களுக்கான படைப்பாக!!

உங்களில் ஒருத்தி
கிருத்திகா புகழேந்தி

மனமே எழு!

மனமே எழு!
கிழக்கில் கதிரவன்
கையேட்டுடன் நிற்கிறான்
தன் கிரணங்களை அனுப்பி
வேவு பார்க்கிறான்

இயங்குவது யார்?
உறங்குவது யார்?
என்றெல்லாம்
பதிவு செய்து கொள்கிறான்

வேண்டினால் மட்டும்
வெற்றி கிடைக்காது
காலம் தவறாமல்
முயற்சி செய் என

இருட்டை கிழித்து ஒளியேற்றி
நிற்கிறான்
உறங்கியது போதும்
மனமே எழு!

கைக்குட்டையின் கண்ணீர்

நான்
கண்ணீர் துடைத்து போட்ட
கைக்குட்டை
கண்ணீரோடு சொன்னது
கனவில்...

"வியர்வை துளி
துடைப்பதில்
கர்வம் உண்டு
படைப்புக்கு பெருமை உண்டு

நீயோ
கண்ணீர் துடைத்து
அடிக்கடி எனக்கு
கவலை தருகிறாய்"
என்று

சட்டென்று எழுந்து
கைக்குட்டை தேடி எடுத்து
சொல்லிக்கொண்டேன்
உன்னை பெருமை படுத்துவேன் என்று

முதன் முதலாய்
கைக்குட்டையின்
கண்ணீரை துடைத்துவிட்ட
பிரம்மிப்போடு
துவங்கினேன்
அன்றைய நாளையும்
நாளைக்கான உறுதியையும்

மீட்பு

முயற்சிகளை முறியடித்து
கேலியாய் சிரித்த தோல்விகளில்
சிதறிப்போயிருந்த என்
நம்பிக்கைகளை
மீண்டும் ஒன்றொன்றாய் சேர்த்து
மீட்டெடுத்து எனக்கே கொடுத்து
போகிறது
ஒரு விடியலுக்காக தவமிருக்கும்
இந்த இரவும்
தேய்ந்த நிலவின்
வளரும் பிறையும்!!

கனவு நேரம்

ஓடிக்கொண்டே இருக்கும்
காலவெள்ளத்தில்
எதையோ தேடிக்கொண்டே
நகர்கிறது வாழ்க்கை

கனவுகள் தேடி
பாதங்கள் பயணிக்க
திரும்ப அழைக்கிறது
பசியின் அறைகூவல்கள்

அட்சய பாத்திரம்
யார் கையிலும் இல்லை
கனவின் தேடல்கள்
உணவின் தேவைகளில்
சுருங்கி சுயம்
இழந்து போகிறது

பாதையில் விழுந்து
பாதங்களில் சிக்கி
பாழாகிய
பூஜை மலர்களாய்
கசங்கி போகிறது
கனவுகள்
தேவைகளின் பாதங்களில்

இருந்தும்...
பாலைவன பகல்களின்
பாதிப்புகளற்ற
இரவின் கனவுகளோ
அருவி நீரில்
தன் உச்சந்தலை காட்டி
குளித்து குளிர்கிறது

கைநீட்டியே வானம்
தொடுகிறது
கவலை வலைகளை
ஒற்றை கையில் பற்றி
தூர எறிகிறது

கருப்பு இருட்டிலும்
வானவில் காட்டுகிறது
நெருப்பின் நடுவிலும்
மழையென தூவுகிறது
புலம்பல்களின் வாயடைத்து
தன் சங்கீதம் பாய்ச்சுகிறது

இந்த கனவுகள்
விடியலை தேடிபோகவில்லை
விடியலை
உருவாக்கிக்கொண்டிருக்கிறது

வளரட்டும் கனவுகள்
விடியட்டும் வாழ்வின் இரவுகள்!!

நம்பிக்கை என்ன செய்யும்

வாழ்க்கை சட்டென்று
தடம் புரண்டு
வழியின்றி தவிக்க
திக்கறியா வனாந்தரத்தில்
திகைக்க

ஒருபுள்ளி இருள் வந்து
ஒளி மொத்தம் விழுங்க
விடையில்லா கேள்வியொன்று
பயங்காட்டி மிரட்ட
நிலையில்லா வாழ்கையென்று
வெறுமை கொள்ளும் மனமே

நீ தொலைத்தது
வாழ்க்கையை அல்ல...
உன்னில் தொலைந்தது
நம்பிக்கை
நம்பு!!

உன் நம்பிக்கை
பாலைவனங்களை சமுத்திரமாக்கும்!
காய்ந்த செடியில் பூப்பூக்கும்!
மேகம் திரண்டு மழை தரும்!
அதன் ஒற்றை ஒளியில்
மொத்த இருளும் விடைபெறும்

நம்பிக்கை கைபிடித்து
முடிந்த வரை நடந்துவிடு
உன் வாழ்க்கை வானம்
விடியும்
எதுவும் உன்னால் முடியும்!!

கைவிட்ட மனிதர்கள்

"இறைவா
எத்தனை முயற்சித்தும்
முடியவில்லை
முயற்சிகள்
என்னை கைவிட்டுவிட்டது"
என்று புலம்பிக்கொண்டிருந்த
அந்த மனிதனுக்கு
எதிர்வரிசையில்

"இறைவா
என் திறமையை முழுதாய்
அறியாத மனிதன்
என்னை பாதியில்
கைவிட்டுவிட்டான்"
என்று சொல்லிக்கொண்டிருந்தது
கோயிலில்
அவன் கைவிட்ட முயற்சியில்
ஒன்று!!

தனிமை வரம்

ஆயிரம் நூல் கொண்டு
உலகை அறிந்திடலாம்
ஒற்றை தனிமையின்றி
தன் மனதை யார் அறிவார்?

மண்ணுக்குள்
விதை கொண்ட தனிமை
விருட்சமாய் வியப்பூட்டும்
விளங்காத கேள்வியெல்லாம்
தனிமையிலே விடை காணும்

சிந்தனையை உளியாக்கி
தன்னையே தான்
செதுக்கும்
தனிமை தவமாகும்
ஞானம் அதன் வரமாகும்

இதை வெறுமையென்று வெறுப்பாயோ?
கொடுமையென்று துடிப்பாயோ?
கவலையென்று நோவாயோ?
காரணம் எதுவோ?

இதழ்களை மௌனமெனும்
பூட்டிட்டு
மனதின் அத்தனை
கதவுகளையும் திறந்து
தன்னில் தான் விரிந்து
புது உலகம் தெரியுமே
அதன்
காரணம் தனிமையே!

ஒரே கனவு

ஆயிரம் கனவுகள்
அவரவர் மனதில்
பசித்த வயிறுகள்
அத்தனைக்கும் சேர்த்து
உணவு என்னும்
ஒரே கனவுதான்!!

முதுகெலும்பின் கவலை

நேரம் சரியில்லை
என்று
நாற்காலியில்
சரிந்திருந்த
ஒருவனின் முதுகெலும்பு
நொந்து கொண்டது

"முயற்சி இல்லாதவனின்
முதுகெலும்பாய் பிறந்து
பலகாலம் வாழ்வதை விட

நம்பிக்கை உள்ளவனின்
நகமாய் சிலகாலம்
வாழ்ந்திருந்தால்
நன்றாக இருந்திருக்குமே
என்று"

முடிவது முடிவல்ல

என் இதய தோட்டத்தில்
ஒற்றை பூக்கூட
பூக்கவில்லை

வட்டமிடும்
வ(எ)ண்ணத்துப்பூச்சிகளின்
வருகையும் இன்றில்லை

என் சிவந்த வானமெங்கும்
கருமை பூசிக்கொண்டு
வெறுமையாகிறதே

இரவில் நட்சத்திரம்
வான்விட்டு தொலைந்திடுமோ?

வழிதேடும் மனதுக்கு
வலி மட்டும் நிரந்தரமா?

தோல்விகளின் வலியெல்லாம்
வெற்றியில் மறக்கிறது
வெற்றிக்குப்பின் தோல்வியெனில்
ஏற்க மனம் மறுக்கிறது

வாழ்ந்து வீழ்ந்தேனே
இனி வாழ்வு வீண்தானே

போதும் என முடிவாக
மறுகணம் மறுத்த
மனசாட்சி சொன்னது

உளி ஏற்க மறுக்கும் வரை
சிலை இல்லை கல் தானே?
வலிதாங்க மறுத்துவிட்டால்
வாழ்க்கையென்ன வீண்தானே?

நேற்று வெற்றி
நிரந்தரமில்லை
எனில்
இன்றைய தோல்வி
நிரந்தரமல்லவே!

தடுமாற்றம் ஏனோ
மாற்றம் கொள் மனமே
மாறிவிடும் நிலை நாளை

"மாறட்டும் முடிவு
பிறக்கட்டும் புது விடிவு"

தலை விதி மாற்றி எழுதும் பேனா

தலைவிதி மாற்றி எழுத
ஒற்றை பேனா
கொண்டு வா

தலைவிதி மாற்றி எழுத
முயற்சி எனும்
ஒற்றை பேனா
நீ கொண்டுவா

உன் கையாலே
எழுதிவிடு
உனக்கு பிடித்தபடி

மாறட்டும் தலை விதி!
மாற்றம் ஒன்றே இங்கு மாறாதது!!

சுயவரம்

அழகியதொரு
அதிகாலை நேரம்
நந்தவன பூக்கள்
நறுமணம் பரப்ப
மெல்ல இதழ்விரிக்கும்
மலர்களின் அழகை
ரசித்தபடி உலவினார்
கடவுள்

பூச்செடியில் ஒன்று
காற்றில் வளைந்து
கடவுள் வரும் பாதையை
வழிமறிக்க

வியந்து பார்த்து
கடவுள் காரணம்
கேட்க

பூச்செடி சொன்னதிது
இறைவா வணக்கம்
சிறியதொரு கோரிக்கை

நேற்றொரு மனிதன்
அந்த மரத்தடி அமர்ந்து
என்னை உற்று நோக்கி
விரக்தியில் புலம்பினான்

"உன் பசுமை எனக்கில்லை
வாழ ஒரு வழியில்லை" என்று

எண்ணில் பூக்கிறது
நாளுக்கு பல பூக்கள்
அவை வாடி சருகாவதும்
வாடிக்கைதான் எனக்கு

இருந்தும் தினமும்
பூக்க செய்கிறேன்
புதிதாய் பூக்களை
கடமை கடுகளவும்
தவறாமல்

அதோ அந்த மரத்தின்
சிலந்தி கண்டு மறுபடி புலம்பினான்
" நீ அமைப்பதோ சொந்த கூடு
நன் இருப்பதோ வாடகை வீடு"
என்று

இறைவா
சிலந்தியின் வலை
நீ கொடுத்த கலை
உன் படைப்பில் குறையேது
அதில் மனிதனுக்கு நிகரேது

அதோ அந்த மரத்தொரு
பறவை கண்டு சொன்னான்
"விரும்பிய இடம் செல்ல
சிறகுகள் உனக்குண்டு
எனக்கோ விருப்பம் வேறு
வாழ்க்கையை வேறுதான் "

பறந்தால் தான் உணவு
பறவைக்கு
தேவையென்று வந்துவிட்டால்
கடல்கூட கடக்கும்
முயற்சி மட்டுமே
அதன் வாழ்கை அல்லவா?

இறைவா
ஏதேனும் வரம் கொடுங்கள்
மனிதன் மகிழ்ச்சியாய் வாழட்டும்
என்று வேண்டுதல் முடிக்க

இறைவன் இப்போது பேசத்தொடங்கினார்
தேன் கரைத்து ஊற்றியதாய்
வார்த்தைகள் அமுதமாய் சிந்தியது
மலர்ச்செடியின் அடிவேர் வரை...

செடியே உன் வார்த்தைகள் சாசுவதம்
உன் கடமை தவறாமை
சிலந்தியின் சுயதிறமை
பறவையின் முயற்சி
இவை ஒரு சேர சேர்ந்தால்
சோர்வுமில்லை
கவலையில் புலம்ப நேரமும்
இல்லை

இது கடவுளாய்
நான் கொடுக்கும்
வரத்தால் வருவதில்லை
சிந்தனை மாற்றி தனக்காக தானே
சுயமாய் கொடுக்கும் வரம்

சிந்திக்க தொடங்கினால்
சுயவரம் சுயமாய் வரும்
என கூறி மறைந்தார் கடவுள்

அவர்களும் இவர்களும்

சுதந்திரம் என்பது
நீ பறக்க சிறகுகள்
தருவதில்லை

அடைபட்ட சிறைக்கதவை
உடைத்தே திறக்கும் திறன் தருவது

இப்படி செய்தால்
அவர்கள் என்ன செய்வார்கள்
இப்படி நின்றால்
இவர்கள் என்ன சொல்வார்கள் என்று
மனிதன் தன்னைத்தானே
அடைத்துக்கொண்ட
வினோத சிறை

இது எப்போது உணரப்படுகிறதோ
அப்போதே உடைக்கப்படும்
எப்போது உடைக்கப்படுகிறதோ
அப்போதே கிடைக்கப்படும்
நம் செயலுக்கான சுதந்திர தினம்!

நான் இருக்கிறேன்

எப்பொழுதும் கூட
வருவாயா?
- நிழலை கேட்டேன்
இருளில் வர
இயலாது என்றது

இரவுகளில் துணைக்கு நீ
இருப்பாயா
- நிலவை கேட்டேன்
மாதமொருமுறை
விடுமுறை என்றது

பாதையில் நீயேனும்
என் பாதத்தில் இருப்பாயா
- செருப்பை கேட்டேன்
நான் தேய்ந்து போனால்
பாதங்களை பிரிவேன் என்றது

அசரீரி சொன்னது
நான் உன்னோடே இருப்பேன்
நீ என்னை விடாதவரை என்று
யாரது கடவுளா?
என்றேன்
இல்லை
நான் கடவுளின் தூதுவன்
என் பெயர் துணிச்சல் என்றது

வானம் அளப்போம் வா

வானம் அளப்போம் வா
கவலை சற்று மறப்போம் வா

எல்லையில்லா வானமிது
வா சற்று சிறகடித்து பறப்போம்

நம்பிக்கை வாள் கொண்டு
வா சற்று பயத்தை போர் தொடுப்போம்

கடலளவு துன்பம் வரின்
வா சற்று மூச்சடைத்து முத்துகுளிப்போம்

தடைகள் எத்தனை வந்தாலென்ன
வா தகர்த்திடும் வழி தேடி நகர்ந்திடுவோம்

ஒருமுறை தான் வாழ்க்கை
வா வாழ்ந்திடுவோம் மனமே!

வாழ்க்கை மாறும் பாரு

விதைக்காமல் மண்ணுல
களையும் வளருது!
நினைக்காமலே மனசுல
கவலையும் வளருது!

வட்ட நிலா தேஞ்சு
ஒண்ணுமில்லாம போகுது
மறுபிறவி எடுத்த மாதிரி
மறுபடியும் மெல்ல
வளருது

எத்தனதான் புத்தி
சொன்னாலும்
மனசு கவலைக்குள்ளேயே
வாடுது

மறுபடியும்
நெனச்சு நெனச்சு
களைச்சுப்போற மனசுக்குள்ள
கிராமத்துக்கு வந்து போற
ஒரே ஒரு பஸ்
மாதிரி
ஒரு எண்ணம் வந்து போகுது
ஆறுதலா

"உடம்பு பாரத்த பூமி தாங்கிக்கும்
மனசு பாரத்த சாமி வாங்கிக்கும்
நீ உம்பொழப்ப
மட்டும் பாரு
வாழ்க்கை ஒரு நாள்
மாறும் பாரு"

மனசு சொல்லுது
சரியாத்தான் சொல்லுது

கனமழை கனவு

காய்ந்த நிலத்தையும்
தேய்ந்த மனத்தையும்
கட்டுக்குள் கொண்டு வர
முடியாத ஒரு தவிப்பு

விண்ணை பார்த்து
ஏதோ கேட்க நினைத்து
வாய்திறக்க
வழிமறித்து உருண்டது
விழி வழியே கண்ணீர்

வாங்கிய பயிர்க்கடன்
மனதில்
வாக்குவாதம் செய்ய
தேங்கிய கவலையோ
தொல்லை செய்ய

அசதியில் கண்கள்
ஒரு நிமிட தவமாய்
அயர்ந்துவிட...

புயல் மையம்
கொண்டதால் கனமழைக்கு
வாய்ப்பென்று
வாசித்த செய்தி கேட்டு

கனத்த இதயம் லேசாகி
பெருத்த மகிழ்ச்சி பரவ
தவம் கலைந்து விழித்தெழுந்தால்
கனமழை என்பது
கனவில் என்று
புரிந்து

கவலையில் சாய்ந்தது
மீண்டும் அந்த
விவசாயி மனம்

விண்ணே!
நீ தண்ணீர் தராவிட்டாலும்
மனமுருகி
சற்று கண்ணீர் சிந்து
பிழைத்துக்கொள்வோம்

நவீன ஆசை

ராக்கெட்ல
செவ்வாய் கிரகத்துக்கு
ஒரு சுற்றுலா போகணும்

அந்த சிவப்பு கோளில்
மல்லிப்பூ செடி நட்டு
அழகு பாக்கணும்

அப்படியே கிளம்பி
நிலவுக்கு போய்
ஒரு செல்ஃபி எடுத்து
கெத்தா பேஸ்புக்ல போடணும்
அங்க ஒரு செவப்பு ரோஜா செடி
நட்டு வைக்கணும்

திரும்ப பூமிக்கு வந்து
இரவில்
அது மடியில சாஞ்சிகிட்டே
நட்டுவெச்ச செடில
மல்லிப்பூவும் ரோஜாவும்
பூக்குதான்னு பாக்கணும்
பூக்குறத ரசிக்கணும்
பைனாகுலர் வழியே

இப்படி சில ஆசைகள்
தொழில் நுட்பம் வளர்கிறது என்ற
நம்பிக்கையில் வளர்ந்த ஆசை

அன்பில் நனைந்த நாட்கள்

தவிக்க விடுவதுமாய்
தவிர்க்க முடியாததுமாய்
நம்மை கடந்து
சென்ற சில அன்பின்
ஞாபகங்கள்
இதயத்தின் ஓரத்தில்
இதமாய்

அலைபாயும் மனதோடு
ஓயாமல் பாய்கிறது
அன்பில் நனைந்த நாட்கள்

கரையோர பாதங்களை
நனைத்து போகும்
கடலலையாய்
இதயம் நனைத்து போகும்
கடந்து போன நாட்களின்
கடக்க முடியா
நினைவுகள்

ஈர மணலில்
கால் சுவடுகளும்
இனிய மனதில்
அன்பின் ஞாபக
சுவடுகளும் இயற்கை

பலரை சந்தித்தும்
இதயம் சிந்திப்பது
சிலரின் நினைவுகளே!

நினைவு ஒரு பொக்கிஷம்
அது மதிப்பிற்குரியவர்களை
பாதுகாத்துக்கொண்டே இருக்கும்

அம்மிக்கல்லின் கவலை

மருதாணி அரைத்த
கை கூட சிவக்கிறது
அரைத்து கொடுத்த
நான் மட்டும் சிவக்கவே இல்லை
என்பது
அம்மிக்கல்லின் கவலை
என்ன ஆறுதல் சொல்ல?

போகட்டும் போ

கண்ணீர் துடைக்க
நீளாத கரமே
இனி நீ என்
கைகள் பிடித்து
கதை பேசினால் என்ன?
பேசா விடில் என்ன?

தவித்து கிடக்கையில்
தேற்றாத உன் ஆறுதல்கள்
இனி கிடைத்தால் என்ன?
கிடைக்காவிடில் என்ன?

ஏங்கிய மனதை
அன்பால் புதுப்பித்து
கைசேரா காதல்
இனி சேர்ந்தால் என்ன?
சேராவிடில் என்ன?

கேட்கும் வேளையில்
ஒளித்துக்கொண்ட காலமே
இனி நீ அவற்றை
கட்டவிழ்க்கிறாயோ இல்லையோ
கவலை இல்லை போ
தேவையுமில்லை போ

நான் கல்வீசியும்
என் மீது கோபம் வீசா
அந்த குளம்

நான் மிதித்து நடக்கையில்
அன்பாய் பொறுத்து கொள்ளும்
இந்த நிலம்

நான் சாய்ந்துகொள்ள
தலை அசைத்து
ஆறுதல் சொல்லும்
கரையோர மரம்
இவைகள் போதும்
எனக்கு போ

எண்ணக்குளம்

எண்ணம் ஒரு குளம்
இதில் பலர்
கவலை என்னும்
கல் தடுக்கி
விழுந்து
சேறு பூசி கொண்டார்கள்

கவனமாய்
கை நீட்டியவர்களோ
தாமரை மலர் பறித்து
மகிழ்ந்து வாழ்ந்தார்கள்

தினசரி வரம்

ஏழைகள்
உழைப்பு ஒன்றையே உறுதியாய்
பற்றியிருக்கும்
எறும்பு வர்க்கத்தின்
மனித மாதிரிகள்

வறுமையின் சாட்டையடிகள்
வயிறுகளில் கோடிட்டு விட
அதை நிரப்பவே
மொத்த வாழ்க்கையும்
மெழுகாய் கரைத்துக்கொண்டவர்கள்

கிழிந்த ஆடைகள்
தைக்கும் நூலோடு
பிணைந்து கிடக்கிறது
அடுத்த பண்டிகையின்
புது ஆடை கனவு

வியர்வைகள்
செலவு செய்யப்படாமல்
உணவுகள் வரவு
வைக்கப்படுவதில்லை
இது
தினசரி தேவைகள் கற்று கொடுத்த
அவர்களின் வாழ்க்கை கணக்கியல்

உணவு இருந்தால்
பசியை
விருந்தாளி போல்
வரவேற்கலாம்
இவர்களையோ
கடன்காரனை போலல்லவா
கஷ்டப்படுத்தி போகிறது
நாளுக்கு மூன்று முறை

எது எப்படியோ
இவர்கள் தூக்கத்திற்காக
மெத்தை வாங்கவில்லை
ஆனால் மெத்தையில்லாமலே
தூக்கத்தை வாங்கியவர்கள்

கண்கள் அயர்ந்ததும்
உடனே உறங்கிவிடும்
ஒற்றை வரம் மட்டும்
தினசரி வரும்!!

உள்ளூர் தேவதைகள்

மனமென்னும்
மூன்றாம் கண்ணுக்கு
அழகாய் பட்ட
அந்த பெண்கள்
உலக அழகிகளல்ல

ஒப்பனை என்பதை
சற்றும் அறியாதவர்கள்

நலிந்த வாழ்வை மேம்படுத்த
உழைத்தே மெலிந்து போன
மெல்லினங்கள்

வறுமையை விரட்ட
வெள்ளரிக்காய் விற்று
வெயிலுக்கு கருத்துபோனதை
சட்டை செய்யாதவள்

கஷ்டத்தை ஓட்ட
ஆடோட்டி மாடோட்டி
கால்தேய உழைத்தும்
கவலையில் ஓயாதவள்

கல்சுமந்து மண்சுமந்து
கைகள் சொரசொரத்தும்
சுறுசுறுப்பாய் சுழல்பவள்

காட்டுவெளி ரோட்டோரம்
இளநீர் கடைபோட்டு
சுடுவெயிலில் வியர்வை சிந்தி
உயர்வுக்காய் உழைப்பவள்

இந்த பெண்கள்தான்
என் மனமென்னும்
மூன்றாம் கண்ணுக்கு
அழகாய் பட்ட அந்த பெண்கள்

உலக அழகிகளல்ல
அவர்கள்
உழைப்பை நம்பி பிழைப்பை
நடத்தும்
உன்னத உள்ளூர் தேவதைகள்!!

வாழ்க்கை வாழ்த்தான்

மழையே!
அன்றுன்னை ரசிக்க
நேரம் இல்லையென்றேன்

இன்றோ
பார்வை குறைந்த
பழைய கண்ணில்
ரசிக்க துடிக்கிறேன்

கடலலையே!
உன்னில் பாதம்
நனைக்காமல்
அலைந்திருந்தேன்
என் அன்றாடங்களோடு

இன்றோ
எழ முடியா படுக்கையில்
இருந்தபடி
உன்னோடு அலையாட
ஏங்கித்தவிக்கிறேன்

நேரம் ஒதுக்காமல்
ஓடி ஓடி
பொருள் தேடி
நான் ஒதுக்கிய உள்ளங்கள்

நேரம் ஒதுக்கி
என்னை பார்த்துக்கொள்ள
மௌனமாய்
வெட்கி போகிறேன்

தன்னால் பழுதாகிய பாவத்திற்கு
பிராயச்சித்தம் தேடி
நான் நலமடைய செலவாகிறது
நான் சேர்த்த பணம்
மருந்துக்கும் மருத்துவத்திற்கும்

கடலில் கலந்துவிட்ட நீரை
அடையாளங்காட்ட முடியா
ஆறு போல்
தேவைக்கு கரைத்த
காலங்களை திரும்பப்பெற
முடியா தவிப்பு என்னுள்

ஏன் நீ வாழவில்லை
என்று மனம் கேட்க
ஞானம் முளைக்கிறது
இந்த நகர முடியா
மனித செடியில்

நான் வாழ்ந்து பார்க்காத
என் வாழ்க்கை
பாடமாய்
உங்களுக்கு வழிகாட்டும்
என்ற நம்பிக்கை மட்டுமே
சற்று ஆறுதலாய்

பார்த்து பல வருடம் ஆச்சு

நிலவு காட்டி
சோறூட்டும் அம்மாக்கள்!

மீசை முறுக்கும்
கம்பீர அப்பாக்கள்!

கதை சொல்லும் பாட்டிகள்!
கைபிடித்து கடைக்கு கூட்டி செல்லும்
சாயம் பூசா நரைத்த தலைமுடி
தாத்தாக்கள்!

பல்லாங்குழி, நொண்டி,
கூட்டாஞ்சோறு, ஒளிஞ்சு விளையாட்டு
உம்மிக்காசு ஆடும் பிள்ளைகள்

அஞ்சு பத்து காசுகள்
அதில்வாங்கிய
கம்பர்கட், சுத்தர மிட்டாய்
இலந்தை
இதெல்லாம் பாத்து
பலவருஷம் ஆச்சு
இன்றைய தலைமுறைக்கு
தெரியாமலே போச்சு!

கூண்டு

ஒரு தனிமைப்பொழுதில்
மனமோ
ஒரு சிட்டுக்குருவியின்
சிறகை அடையும்
பேராசையில்
ஏங்கித்தவிக்க

அருகிலொரு அழகிய கூண்டு
அதற்குள் சில பறவைகள்
நீல வானத்தை நோக்கி
ஏங்கிக்கொண்டிருக்க

மனமோ
சிறகின் ஆசை தொலைத்து
ஒற்றை விரல் கொண்டு
உலகின் மொத்த
கூண்டுப்பறவைகளையும்
விடுவிக்க வேண்டுமென்ற
கரிசனத்தில்

கடவுளின் ஒற்றை விரலை
ஒருநொடி மட்டும்
கடன் கேட்டுக்கொண்டிருந்தது

ஆசைகளை அடிக்கடி மாற்றும்
இந்த மனசை
என்ன சொல்ல?
எப்படி வெல்ல??

கனவு தேசம்

தினமும் பொழியும் மழையாய்
கண்ணீர் துளிகள்
தினசரிகளில் நிதமும்
இதயம் சுட்டெரிக்கும்
அவமானங்கள்
தேடல்களில்
புதிது புதிதாய் ஏமாற்றங்கள்

கவலைகள் நெருங்கிய உறவுகளாய்
மனதோடு தங்கிவிட
வாழ்க்கை பாதையில்
அலுத்து கலைத்து
சரிந்து வீழ

அங்கொரு பெருவுலகம்
நாட்புறமும் சூரியன்களோடு
இரவே இல்லா ஒரு உலகம்

கண்களுக்கெட்டியவரை
உதிரா பூக்கள்
உதிர்க்கிறது புன்னகைகளை

சில்லென்று பாய்ந்து
இதயம் வரை குளிர்விக்கும்
இளந்தென்றல்
பறவைகளின் குரல்சேர்ந்து
தூவும் வித வித இசையொலிகள்

மனத்தின் ரணங்களுக்கு
நேர்த்தியாய் மருந்திட்டு
கவலையின் சுவடுகளை
துடைத்தழித்து
என் சோர்ந்த கால்களில்
களைப்பை களையெடுத்து

எழுந்து வா!
நீ வீழ பிறக்கவில்லை
வாழவும் ஆளவும் பிறந்திருக்கிறாய்
துன்பத் தீ ஒருபோதும்
உன்னை உருக்குலைக்காது
மெருகேற்றிவிடும்
என சொல்லி
முயற்சித்தேரில் ஏற்றி
தினமும்
என்னை உற்சாகமாய்
வழியனுப்பும்
அந்த புது உலகத்தின் பெயர்
கனவு தேசம்

இரவுகள் ஒளிமயமாவது
வண்ணக் கனவுகளின்
வாசத்தால் மட்டுமே!!

ஆசை ஆசையாய் இருக்கிறதே

கொட்டும் மழையில்
நனைந்திட வேண்டும்
பறவைகள் மொழியினை
அறிந்திட வேண்டும்

சூரிய உதயத்தில்
நிற நிற வானம்
அந்தியில் சூரியன்
மயங்கிடும் நேரம்
நின்று ரசித்திடும்
பொழுதுகள் வேண்டும்

பனியில் நனையும்
புல்லின் தலையை
கைகளில் நானும்
துவட்டிட வேண்டும்

இலையில் தங்கிடும்
மழைநீர் தட்டி
சிதறும் நீர்த்துளி
ரசித்திட வேண்டும்

முயலின் கூட்டம்
ஊடே நுழைந்து
துள்ளி துள்ளி
குதித்திட வேண்டும்

பாலைவனத்தின்
மண்ணின் அழகை
பனியில் உறையும்
மழையின் அழகை
பார்த்து கிடைக்கும்
பரவசம் வேண்டும்

பூக்கள் சிந்தும்
புன்னகை எல்லாம்
தவறவிடாமல்
சேர்த்திட வேண்டும்

கடலின் அலையில்
கால்கள் நனைத்து
ஓடி ஆடிட
ஒரு நாள் வேண்டும்

நதிகள் ஓடும்
திசையில் நடந்து
கால்தடம் சற்று
பதித்திட வேண்டும்

இரவில் ஒருநாள்
தலையணை சாய்ந்து
நிலவின் அழகில்
எனை மறந்திட வேண்டும்

கடலின் நடுவில்
காணும் அமைதி
நிசப்த இரவில்
சிறு சிறு ஒலிகள்
தொட்டு போகும்
சிலுசிலு காற்றென

பூமிப்பந்தின் அத்தனை
அழகும்
பார்த்திட உணர்ந்திட
வாய்ப்பது வேண்டும்

கவலைக்கெல்லாம்
விடுமுறை தந்து
நிரந்தர மகிழ்ச்சியில்
திளைத்திட வேண்டும்

கடவுள் வந்து
கேட்க கூடின்
மகிழ்வுடன் சொல்லிட
இந்த அனுபவம் போதும்

நன்றி சொல்லி
கடவுளின் படைப்பை
நானும் சற்று
வியந்திட வேண்டும்

விழியின் மொழி

மொழி அழகு
நீ அதை
விழியால் பேசுவது
பேரழகு!

கண்களை பார்த்தே
என் உணர்வுகள்
அளந்தவன் நீ
விழியால் வலை வீசி மனசை
மீன்பிடித்தவன் நீ

சமயத்தில் உன் மீதான கோபங்கள்
உன் முகம் பார்க்க சரிந்து
வெட்கத்தில் மறைந்து மறந்தே
போய்விடுகிறது

உன் விழி அம்பின் அன்பால்
என் இதயத்தில்
காதல் பூ பூக்கச்செய்தவனே

மறவாதே!
உன் விழியின் மொழியோடு
உறவாட என் இதயம் காத்திருப்பதை
அன்பே!
எப்பொழுதும் மறவாதே!!

அன்பின் தவிப்பு

வந்திருக்கும் குறுஞ்செய்திகளை
வாசிக்காமல்
வராத உன்
குறுஞ்செய்திக்காக
எதிர்பார்த்து காத்திருப்பதும்

கைபேசி ஒலித்ததும்
அழைத்தது நீதானென
எண்ணி ஏமார்ந்ததும்

நீ அழைத்த நேரத்தில்
பேசாத நாட்களின்
காரணம் கேட்டு
கோபம் கொண்டதும்

அன்பின் தவிப்புகளின்
தவிர்க்க முடியா
பைத்தியக்காரத்தனம்!!

ரூபகம் வருதே

அந்த மழையில்
நாம் நனைய
அன்பில் நம்
இதயங்கள் நனைய
பேசி மகிழ்ந்த நாட்கள்

பாதையோரம் நம்
பாதங்கள் நடந்திட
பார்வைகளில் இதயம்
பரிமாறிக்கொள்ள
பயணம் நீளாதோ
என ஏங்கி
தவித்த நாட்கள்

என் எண்ணங்களின்
அநேக இடத்தையும்
நிரப்பிக்கொண்ட
அந்த அழகான நாட்கள்

சட்டென்று மனதில்
புதிதாய் புதிராய்
பேரன்பு ஆட்கொண்ட
நாட்கள்

என் இரவுகள்
நித்திரை தொலைத்து
உன் நினைவுகளை
தவங்களாக்கிக்கொண்ட
அந்த சுகமான
நாட்கள்

என் வாழ்க்கை புத்தகத்தில்
திரும்ப வாசிக்க
நான் விரும்பும்
பக்கங்களாய்
அந்த நாட்கள்
என்றென்றும்

கவிதை என்பேன்

என் கால்கொலுசின்
ஓசையை இசையென்றாய் நீ!
நீ பேசும் வார்த்தைகள்
கவிதை என்பேன் நான்!!

ஏன் பிடிக்கும்?

எனக்குள் அடிக்கடி
கேட்டுக்கொள்கிறேன்
எது நம்மில் காதலாகியது என்று

உன் முகம் பார்த்ததும்
மனதில்
ஆயிரம் பூ பூக்குமே எப்படி?

புவிஈர்ப்பு விசை அறிவேன்
இது என்ன புதிதாய்
விழி ஈர்ப்பு விசை

அம்பாய் விழுந்த உன் அன்பு
காயமாகாமல் காதலானது எப்படி?

உன் ஒற்றை சிரிப்பில்
மொத்த மனமும் சரிவது ஏன்?

புரியவில்லை
உன்னை கேட்டேன்
நீயும் அறிந்திருக்கவில்லை

மழையின் எந்த துளி
முத்தாகுமென்ற கேள்விக்கு
மேகத்திடமும் சிப்பியிடமும்
பதில் இல்லை

எனக்கும் உனக்கும்
மட்டுமா
புரிந்துவிடப்போகிறது
எது நம்மில்
காதலாகியதென்று?

தித்திக்கும் பொய்

நீ சொல்லும்
பொய்கள் கூட
தித்திக்கிறது

உன் மௌனம் மட்டுமே
தண்டிக்கிறது

இரண்டு சக்திகள்

உருவம் இல்லா
இரண்டு சக்திகள்
உலகை ஆள்கிறதென்றால்
ஒன்று கடவுள்
இன்னொன்று காதல்

பூ பூக்கும் நேரம்

அந்த நாட்களின்
அந்தி வேளையில்
நாம் அமர்ந்து பேசிய
அந்த குளக்கரை

நீ எனக்காக
காத்திருக்கும் மரத்தடி

என் கரம்
பற்றி சற்றென்று
நீ இட்ட முதல் முத்தம்

இப்படியென எல்லா
நினைவுகளும்
தொல்லை செய்யுதடா
சீக்கிரம் வந்து
கைப்பிடிப்பேன் என சொல்லி
நீ அலுவலாய் கிளம்பிய
அந்த நாள் முதல்

இனியவனே!

மாப்பிள்ளை பார்க்கிறேன்
என வீட்டில் பேச
மனம் தவிக்குதடா

பேச வார்த்தைகளின்றி
மௌனம் தரிக்குதடா

என்னவனே!

நீ கைத்தலம் பற்றிடும்
அந்த நாளுக்காக
எதிர்பார்த்திருக்கிறேன்
வருவாயென காத்திருக்கிறேன்
விரைவில் வா!

வேறு வரம் தேற்கு

என் வாழ்வில் நீ
வருவாயெனில்
அதை விட வேறு வரங்கள்
தேவையில்லை எனக்கு

நிச்சயம் மறந்துவிடுகிறேன்

என்னை மறந்துவிடு
என்றாய்
நிச்சயம் மறந்து விடுகிறேன்
நீ சொன்னதால்

எப்போது தெரியுமா?

பூமி தன் சுழற்சியை
நிறுத்திக்கொள்ளுமே அப்பொழுது

இல்லையெனில்

பூமியில் பூக்கள் பூப்பது மொத்தம்
நின்று போகுமே அந்த சமயத்தில்

அல்லது
கடல் நீர் சர்க்கரையாகி
தித்திக்குமே அந்த நிமிடம்

இல்லையேல் கிழக்கில் சூரியன்
தோன்ற மறுக்குமே அந்த நாளில்

நிச்சயம்
நான் உன்னை மறந்துவிடுகிறேன்
நம்பு!!

அன்பின் பேரலை

மௌனமும்
காதலின் மொழியென்று
சொல்லாமல் சொன்னவன்
நீதானே!

அன்பின் கடலலையில்
கால் நனைக்க
வந்தவளை
காதல் பேரலையில்
முற்றும் நனைத்தவனே!

நீ அறிவாயோ

உன் பார்வை படும்
கணங்களிலெல்லாம்
கண்வழியே உயிர்வரை
ஒரு மின்சாரம் ஊடுருவுவதை

உன் வருகையில்
ஒரு பகலின் ஒளியும்
போகையில்
ஒரு இரவின் இருட்டும்
தோன்றி என் இரவு
பகல்களை
மாற்றி போட்டதை

உன் அருகில் மட்டும்
எனது புதிய சொர்க்கம்
உருவாகிப்போனதை

நீ அறிவாயோ?
அன்பே
என் மனதில் பாய்ந்த
அன்பின் பேரலையே!
நீ அறிவாயோ?

பிரிவு பாடம்

பிரிவு தந்த பாடம்
'உன்னை மறப்பது
இயலாது'
என்பதே

மௌனத்தை விடு

அன்பே!
நீ கோஷமிடவில்லை
கொடி தூக்கவும் இல்லை
வார்த்தைகளால் வசைபாடவும் இல்லை
எதிர்த்து கேள்வி ஏதும் கேட்கவில்லை
சண்டையிடவுமில்லை

இருந்தும்
வலிக்கிறது மனது

ஏன் தெரியுமா?
உன் மௌனம்
இதை எல்லாம் விட
அதி கொடூர தண்டனை என்பதால்

உன் அன்பை
வாங்கி பழகிய இதயத்திற்கு
மௌனத்தை தாங்கிடும்
சக்தியில்லை

காரணம் எதுவாயினும்
மன்னித்து விடு!
மௌனத்தை விடு!

பொக்கிஷம்

நான் பொக்கிஷமாய்
பாதுகாப்பது
பொருளோ பணமோ அல்ல
உன் நினைவுகள் மட்டுமே

ஒற்றை வரம்

நான் உன்னிடம் கேட்பது
ஒற்றை வரம்
அது நீ என்னை பிரியாத வரம் தான்!
தருவாயா?

பிடித்த இசை

எனக்கு பிடித்த இசை
உன் மார்பில்
நான் சாய்ந்து
கேட்கும் உன் இதயத்தின்
ஓசை

வாழ்வது வரம்

ஆள்வது உன் அன்பாக
இருந்தால்
வாழ்வது வரமாகும்
எனக்கு

புன்னகை பூவே

பூக்களுக்கு மறுபெயர்
கேட்டால் உன்
புன்னகை என்பேன்

உன் புன்னகைக்கு
மறுபெயர் கேட்டால்
நான் பூக்கள் என்பேன்

இனி பார்த்து ரசிக்க
பூக்கள் எதற்கு?
உன் புன்னகை
போதும் எனக்கு!

வருந்துகிறேன்

கடலெல்லாம் நீரிருக்கு
தாகம் தீர்க்க
உதவவில்லை
தூரத்தில் நீ தவிக்க
சோகம் தீர்க்க
முடியவில்லை

மனசெல்லாம்
உன் நினைவிருக்கு
வெளியில் சொல்ல
வார்த்தையில்லை

நடந்து போன
தவறு ஒன்னை
நெனச்சு நெனச்சு
நான் தவிக்க

கோவத்தால குணம் கெட்டு
அவசரத்தில் முடிவெடுத்து
மாறிப்போன பாதையால
மனசு பரிதவிக்க
வருத்தம் மட்டுமே
மிச்சம்
இந்த வாழ்க்கையில

எதிரியல்ல ரசிகை மட்டுமே

ரசிக்கிறேன்
அருவி நீர் விழ
கண்கள் குளிர
அதன் வீழ்ச்சியை

மருதாணி சிவப்பில்
மறைந்து கொண்டிருக்கும்
அந்தி சூரியனின்
அஸ்தமனத்தை

வெள்ளி நிலவின்
கொள்ளை அழகில்
இரவின் இருட்டை

வானின் நீலக்கடலில்
நீந்த தெரியாமல்
விழித்துக்கொண்டிருக்கும்
விண்மீன்களை

வான் வீதியெங்கும்
தேடி ஓடி அலையும்
வெண்மேகத்தின்
தவிப்பை

காற்று உலுக்கி
உதிர்த்துவிட
இலை சேர்த்துவைத்த
மழைத்துளி முத்துக்களின்
விழுகையை

முன்னோக்கி வந்து
பின்னோக்கி பயந்தோடும்
அலைகளை

இருந்தும் இயற்கையே!

உன் எதிரியல்ல
நான் உன் ரசிகையென்று
உனக்கு தெரியுமென்று
நம்புகிறேன்

கருப்பு பேரழகி

இரவுகளின் இளவரசியே!
கருப்பு பேரழகே!
வான் மகளே!

முதலும் கடைசியுமாய்
நீதானே
கருமையின் பேரழகுக்கு
வெள்ளை நிலவை
திருஷ்டி பொட்டாக்கினாய்!!

உன் திருஷ்டிப்பொட்டில்
சிதறிய துளிகள்
நட்சத்திரங்களாகி
உன்னை அலங்கரிக்கிறது பார்..!!

மூன்றில் ஒரு பங்கு
நிலத்தை விட்டு
மீதமெல்லாம் கடலாகியது
நீ அதில் உன் முகம் பார்க்கத்தானோ?

உறக்கம் வரும் வரையில்
பேரழகி உன்னை ரசிப்பேன்!
கவியெழுதி கவியெழுதி
மனசெல்லலாம் நிறைப்பேன்!!

மழை தேவதை

பூமிக்கு
வந்திறங்கும் தேவதையே
இங்கு
பூ பூக்க செய்தவள்
நீதானே!

துளி துளியாய்
நீ தொட்டணைக்க
காய்ந்த வேர்கள் கூட
உயிர்ப்பிடிக்கும்

நீ விழும் சத்தம்
மெட்டமைக்க
மயிலும் மழலைகளும்
நடனமிடும்

குளிக்க அடம் பிடிக்கும்
சிறு பிள்ளையாய்
காற்று மட்டும்
அங்கும் இங்குமாய்
ஓடிடும்

மண்ணுக்கு வாசம் தர
வந்தாயோ?
இல்லை

நீர்ப்பூக்கள் தூவி
உயிர்களை ஆசிர்வதிக்க
வந்தாயோ?

எது எப்படியோ

நனைய காத்திருக்கிறேன்
மேகம் உடைத்து
விரைந்துவா
சற்று பூமியோடு சேர்த்து
நானும்
குளிர்ந்து கொள்கிறேன்....

மழை பிடித்தவள்

அருவியில் தலை நனைக்கும்
சிட்டுக்குருவி போல
அற்புதமாய்
அந்த சின்ன தேவதை
மழையாடுகிறாள்

மழை என்று
முகம் சுளித்து
ஒதுங்கும் கூட்டங்களின்
இடையில்

அவளோ காற்றோடு
மழை நிகழ்த்தும்
சங்கீத கச்சேரியின்
பெரும் ரசிகையாகிப்போனாள்

மகிழ்ச்சியின் வாசங்களை
மண்வாசத்தின் ஊடே
நுகர கற்று கொண்டாளோ?

மழை துளிகள்
அவள் புன்னகையில்
விழும்
அவளின் கன்னக்குழியை
நிரப்ப எத்தனித்து
தோற்றுப்போய்க்கொண்டிருந்தது

மழைக்காற்றில் அசைந்தாடும்
மரக்கிளைகளின் அழகையும்
மண்தொட்டு உருண்டோடும்
துளிகளின் இயல்பையும்

நதிபோல வளைந்தோடும்
வெள்ளத்தின் நளினத்தையும்
என

இயற்கையின்
இன்பவிருந்தை சுவைக்கிறாள்
ஒற்றை விருந்தாளியாய்

இன்று வாழ்க்கையை
இன்றே ரசித்து
குடைபிடிக்கும் அனைவரையும்
மழை பிடிக்க தூண்டுகிறாள்
அந்த சின்ன தேவதை...

போர்க்களத்தில் பூக்கள்

அவளின் கண்மேகம்
கண்ணீர் ததும்ப
கவலையால் மனத்திலும்
கருவால் வயிற்றிலும்
கனத்த பாரத்துடன்
இப்படி சிந்திக்கிறாள்....

வலிதாங்கி உயிர் தரும்
பெண்மை
வழிநெடுக
வாழ்க்கை நெடுக
வலிகளை மட்டுமே
சுமப்பது நியாயமோ?

பூக்களுக்கு
வேலிகளால் ஆபத்தாம்
எத்தனை அபத்தம்

பெண்ணில் கருவாகி
உருவாகும் உயிருக்கு
எப்படி வந்தது
ஆண் என்ற அகந்தையும்
அத்து மீறலும்?

ஆண்களே!
தலைக்கு கிரீடம் வேண்டாம்
முள்முடிகளை வைக்காதீர் போதும்

தலை வணங்க வேண்டாம்
தலை குனிவு செய்யாதீர் போதும்

அன்பு கூட வேண்டாம்
அவமானங்களை பரிசளிக்காதீர்
போதும்

என்று உணர்வுக்குள்
சொல்லி அழ
தன் உணர்வுகளனுப்பி
சிசு சொல்கிறது

நான் பெண்ணாய் பிறந்தால்
கள்ளிப்பால் கொடுத்தாலும்
அமிர்தமாய் உண்பேன் தாயே!

ஆணாய் பிறந்தால்
பெண்ணிடம் கண்ணியம்
காட்டுவேன் சத்தியம்
தாயே!

"இரவின் இருள்களால் அல்ல
சில இதயங்களின்
இருள்களால் அல்லவா
இன்னும் விடியவில்லை
பெண் சுதந்திரம்"

வீட்டில் ஒரு தெய்வம்

அவள் செல்லும் வழியில்
இசைத்தது குயில்
கேட்காமலே ஓடினாள்
தன் பிள்ளைகளின் வயிற்றில்
பசியின் சத்தம்
கேட்டுவிடுமோ என்ற
பயத்தில்

பட்டாம் பூச்சிகள் அழகழகாய்
பறந்து திரிய
மயில் நடனமொன்று அங்கே
அரங்கேற
பார்க்காமலே விரைந்தாள்
வறுமையின் கோரத்தாண்டவம்
தன் வீடு பார்த்துவிடுமோ
என்ற அச்சத்தில்

அவளுக்கு ஆசைகள் இல்லையா
தேவைகள் இல்லா தேவதையா
அவள்?

இல்லை
அவளுக்காக யோசிக்க
காலம் அவகாசம்
கொடுக்கவில்லை
கனவுகளில் கூட

தன்னை சார்ந்த
உறவுக்காக
பால்காரி பூக்காரி
என எத்தனையோ அவதாரம்
தரித்தாள் பெண்

இவள்
வீட்டின் தேவதையல்ல
தெய்வம் என்பதில்
சந்தேகமென்ன?

பிஞ்சும் நஞ்சும்

பட்டு பூச்சிகளுக்கும்
வாழும் ஆசை உண்டு
இது பட்டாடைகளுக்கு
தெரிய வாய்ப்பில்லை

எறும்புகளுக்கும்
எதிர்காலம் உண்டு
இது
நடைபாதை பாதங்களுக்கு
புரிய வாய்ப்பில்லை

இருக்கட்டும்

புத்தகத்தோடு கனவுகள்
சுமக்கும் கண்மணிகளை
பாதுகாக்க வேண்டும் என்பது
சில சபல புத்திகளுக்கு
புரியவில்லை என்பதை மட்டும்
ஏற்க முடியவில்லை

சிட்டுக்குருவியின் சிறகு
வெட்டவா கோடரி
கொண்டு வருகிறது
இரக்கமில்லா இதயம்

வண்ணத்துப்பூச்சியின்
வண்ணம் பிழிந்தா
தன் எண்ணம்
நிறைவேற்றும்
அந்த மனித மிருகம்

பிஞ்சுகளின் நரகத்திலா
அற்ப மனிதர்களின்
சொற்ப சொர்க்கம்

கோவில் அம்மன்
காலடியில்
அரக்கன் மிதிபட்டபடி
மனித உருவில்
சில அரக்கர்களோ
இங்கே விடுபட்டபடி

நிம்மதி வாங்கினான்

அன்று
விற்பனையிலிருந்த
மலிவு விலை
காய்கறிகளை
வாங்க பணமின்றி
கண்ணீரோடு நின்றிருந்தாள்
பெண்ணொருத்தி

அவள் கணவனோ
தள்ளாடி நிற்கிறான்
மதுக்கடையில் தண்ணீரில்

நிம்மதி வேண்டுமென்று
நினைத்தவன்
அதற்கென விலை
நிர்ணயித்து வாங்கிவிட்டான்
ஓட்டுமொத்த குடும்பத்தின் நிம்மதியை
விலையாய் கொடுத்து
அந்த நிம்மதிக்கான
பானகத்தை

குறையில்லா கல்யாணம்

வாசலில் தோரணம்
மின்விளக்குகள் ஆயிரம்
பிரம்மாண்ட வரவேற்பு
கலைகட்டும் கல்யாணம்

வகை வகை உணவுகள்
விதவித இனிப்புகள்
சுவையான விருந்து
அழகான ஏற்பாடு

இசை கருவிகள் மெட்டிசைக்க
இன்னிசை கச்சேரி அரங்கேற
அரங்கம் முழுதும்
ஒலித்தது சங்கீதம்

சிறப்பான சீர்வரிசை
பட்டாடை நகைகளென
பளபளக்கும் சீர்தட்டுகள்

வந்தோர் மெச்ச
பலமான வரவேற்பு
உபசரிப்புகள்

எங்குமே குறையில்லா
சரியான ஏற்பாடு

ஆனால்...

மணப்பெண்ணின் அறையில்
கடிதம் ஒன்று இருந்தது
அவளில்லா செய்தியை
சுமந்தபடி

இப்படி எழுதப்பட்டிருந்தது
"கல்யாணத்தில் எனக்கு விருப்பமில்லை
சொல்லியும் நீங்கள் கேட்கவில்லை
திருமணம் என்பது இரண்டு
பணங்கள் இணையும் வியாபாரமல்ல
இரு மனங்கள் இணைய வேண்டிய
இனிய தொடக்கம்"
நான் செல்கிறேன்

தாய் மனசு

காட்டோர பாதை வழி
மகன் பள்ளிக்கூடம் போற வழி
பாத்து ரசிச்சிடுவா

மகன் காலில்
முள்ளு தச்சா
இவ மனசில் வலியெடுக்கும்

அவன் வலி நீங்கி
சிரிச்சாதான்
இவ உசிரில் மழையடிக்கும்

அறைக்கஞ்சி காக்கஞ்சி
அவ பார்த்து சாப்பிடுவா
அவன் வயிறாற
சாப்பிடவே தன்
பசிய மறந்திடுவா

வறுமையில வாடினாலும்
பொறுமையா உழைச்சிடுவா
புருஷன் போன நாள் முதலா
தகப்பனாவும் ஆகிப்போனா

அவன் மேற்படிப்பு
படிக்கணும்னு
சேத்ததெல்லாம் செலவழிச்சா
கொஞ்ச நஞ்ச தங்கத்தையும்
பத்தலன்னு அடகுவெச்சா

தீபம் எரியணும்னா
தீக்குளிக்கும் தீக்குச்சி
மகன் வாழ்வு செழிக்கணும்ன்னு
தன்னை வருத்திக்கும்
இவளும் அந்த கட்சி

எனக்கென்ன மகன் இருக்கான்னு
பெருமையோடு சொன்னவதான்
அவனோட கனவைத்தான்
அவகண்ணும் கண்டதுன்னா

படிச்சு முடிச்சமகன்
பட்டணத்தில் வேலை வர
தனக்கென்று தனியாக
குடும்பம் அமஞ்சுவிட

பட்டணத்தில் இருக்கும் மகன்
பாக்க வருவானோ
அம்மானு சொல்லி
ஆறுதலா இருப்பானோ

ஏங்கித்தவிச்சிருக்கு
எதிர்பாத்து காத்திருக்கு
அப்பாவி தாய்மனசு
முதியோர் இல்லத்துல
நிர்கதியா நின்னுருக்கு

பெத்தமனம் பித்தாச்சு
பிள்ளைமனம் என்னாச்சு?

கடலம்மா

கடலோர காத்து சத்தம்
அலையடிக்கும் நீரு சத்தம்
கேட்டு வளந்தவங்க
நாங்க மீனவங்க

அம்மா கடல்தாயே!
அள்ளித்தரும் தேவதையே!!
நீ தந்த உப்புதான்
உணவுக்கு சுவைகூட்டும்
கருவாடு மீன் குழம்பு
பத்துரு மணமணக்கும்

கரையோர வீடெல்லாம்
உன்னால வாழ்ந்திருக்கு
உன் அலைபேசும் கதைகேட்டு
நிம்மதியா தூங்கிருக்கு

இப்பமட்டும் ஏந்தாயி
நெஞ்செல்லாம் பதறவெச்ச
மீன்பிடிக்க போனவங்க
நாள் கணக்கா திரும்பலையே

கடலுக்குள் புயல்வந்து
படகத்தான் புடிங்கிருச்சோ?
திசைமாறி எங்கேயோ
வழிமாறி போனாரோ?

சுறாமீனுவந்து
மோதி தாக்கிருச்சோ?
பக்கத்துக்கு நாட்டுக்காரன்
புடிச்சுட்டு போனானோ?

மீனுக்கு இரைகேட்டு
என் தாலி கேட்காதே
அழுகுற பிள்ளையத்தான்
இன்னும் அடிக்காத

என் கூந்தல் சூடிய பூ
உன்னைத்தான் நம்பிருக்கு
குங்குமத்தை காக்குமந்த
குலசாமி நீதானே

நீயே கோபப்பட்டா
எங்கபோயி நான் நிப்பேன்
சீக்கிரமா அனுப்புதாயி
பத்திரமா என் மன்னவனை

www.ingramcontent.com/pod-product-compliance
Lightning Source LLC
LaVergne TN
LVHW041731190726
843493LV00007B/2303